ENGLISH/FILIPINO　　INGLES/FILIPINO

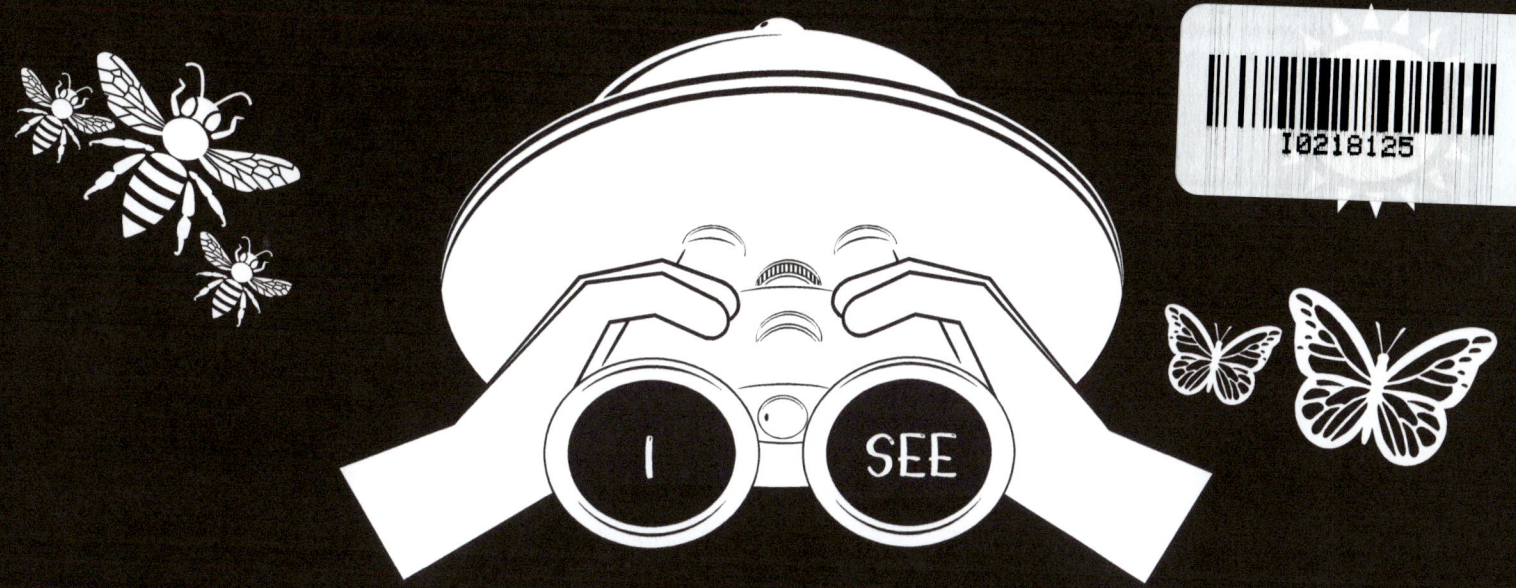

GARDEN ANIMALS

A NEWBORN BLACK & WHITE BABY BOOK

BY LAUREN DICK

ENGAGE BOOKS
VANCOUVER

 ENGAGE BOOKS

Mailing address
PO BOX 4608
Main Station Terminal
349 West Georgia Street
Vancouver, BC
Canada, V6B 4A1

www.engagebooks.com

I See Garden Animals: Bilingual
  (English/Filipino)
  (Ingles/Filipino)
I See
Dick, Lauren 1997 –
Edited by: A.R. Roumanis
Designed by: Lauren Dick
Translated by: Edison Miguel
  Capulong
Proofread by: Rosemarie Bermoy

FIRST EDITION / FIRST PRINTING

Text © 2021 Engage Books
Design © 2021 Engage Books

All rights reserved. No part of this book may be stored in a retrieval system, reproduced or transmitted in any form or by any other means without written permission from the publisher or a licence from the Canadian Copyright Licensing Agency. Critics and reviewers may quote brief passages in connection with a review or critical article in any media.

Every reasonable effort has been made to contact the copyright holders of all material reproduced in this book.

LIBRARY AND ARCHIVES CANADA CATALOGUING IN PUBLICATION

Title: I See Garden Animals: Bilingual (English / Filipino) (Ingles / Filipino)
A Newborn Black & White Baby Book / by Lauren Dick.
Names: Dick, Lauren, 1997 - author.
Description: I See Newborn Black & White Baby Book series.

ISBN 978-1-77476-323-0 (hardcover). –
ISBN 978-1-77476-322-3 (softcover). –

3 Hummingbird Kolubri	5 Butterfly Paruparo	7 Dragonfly Tutubi	9 Bee Bubuyog
11 Fly Langaw	13 Grasshopper Tipaklong	15 Praying Mantis Nagdadasal na Mantis	17 Spider Gagamba
19 Ant Langgam	21 Beetle Salagubang	23 Snail Suso	25 Centipede Alupihan
27 Caterpillar Higad	29 Worm Bulate	31 Snake Ahas	33 Frog Palaka
35 Mouse Daga	37 Squirrel Ardilya	39 Rabbit Kuneho	41 Mole Mowl

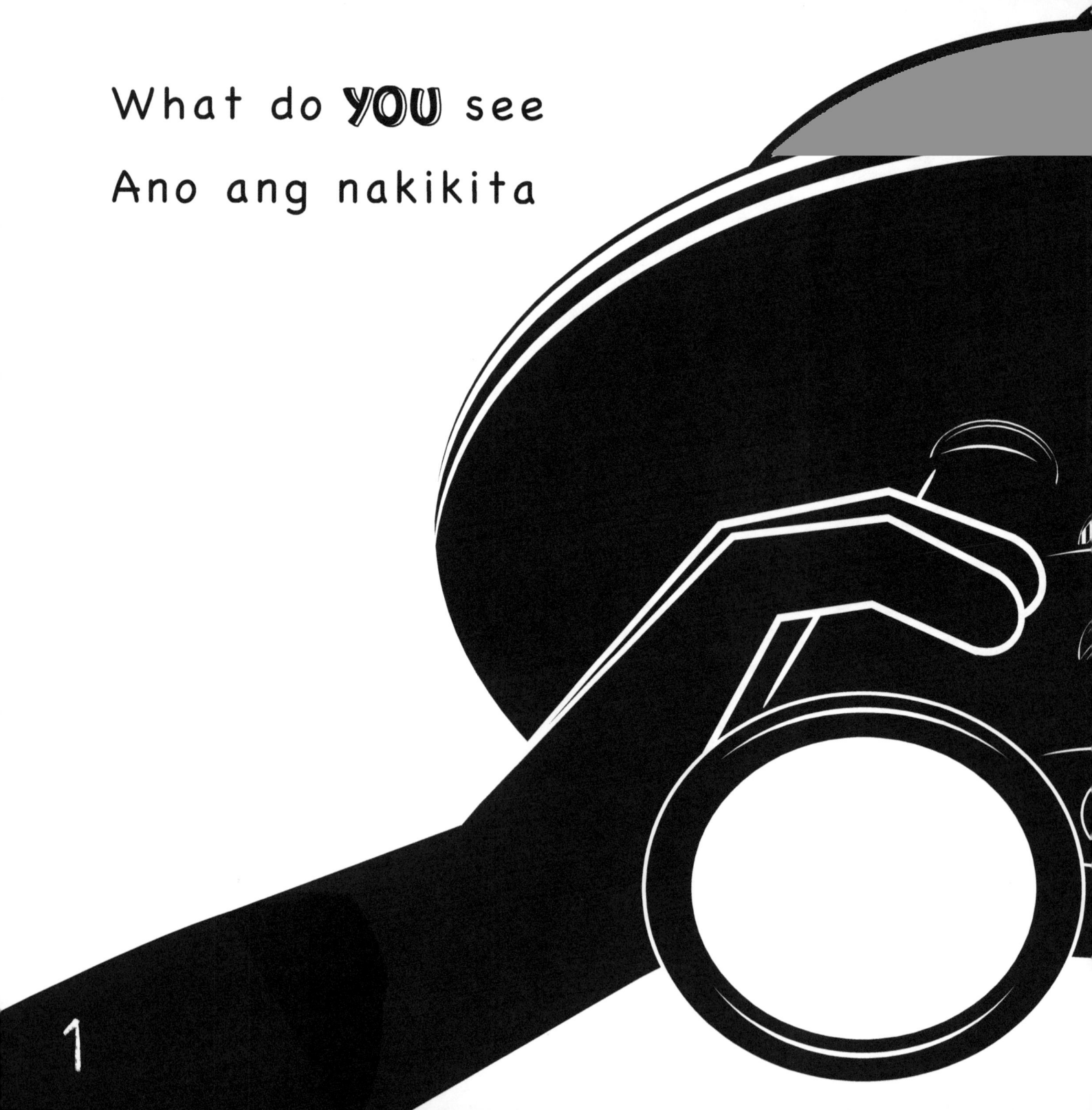

I see a hummingbird's hungry

BEAK.

Nakikita ko ang gutom na

TUKA

ng isang kolubri.

I see a butterfly's beautiful

WINGS.

Nakikita ko ang magagandang

MGA PAKPAK

ng isang paruparo.

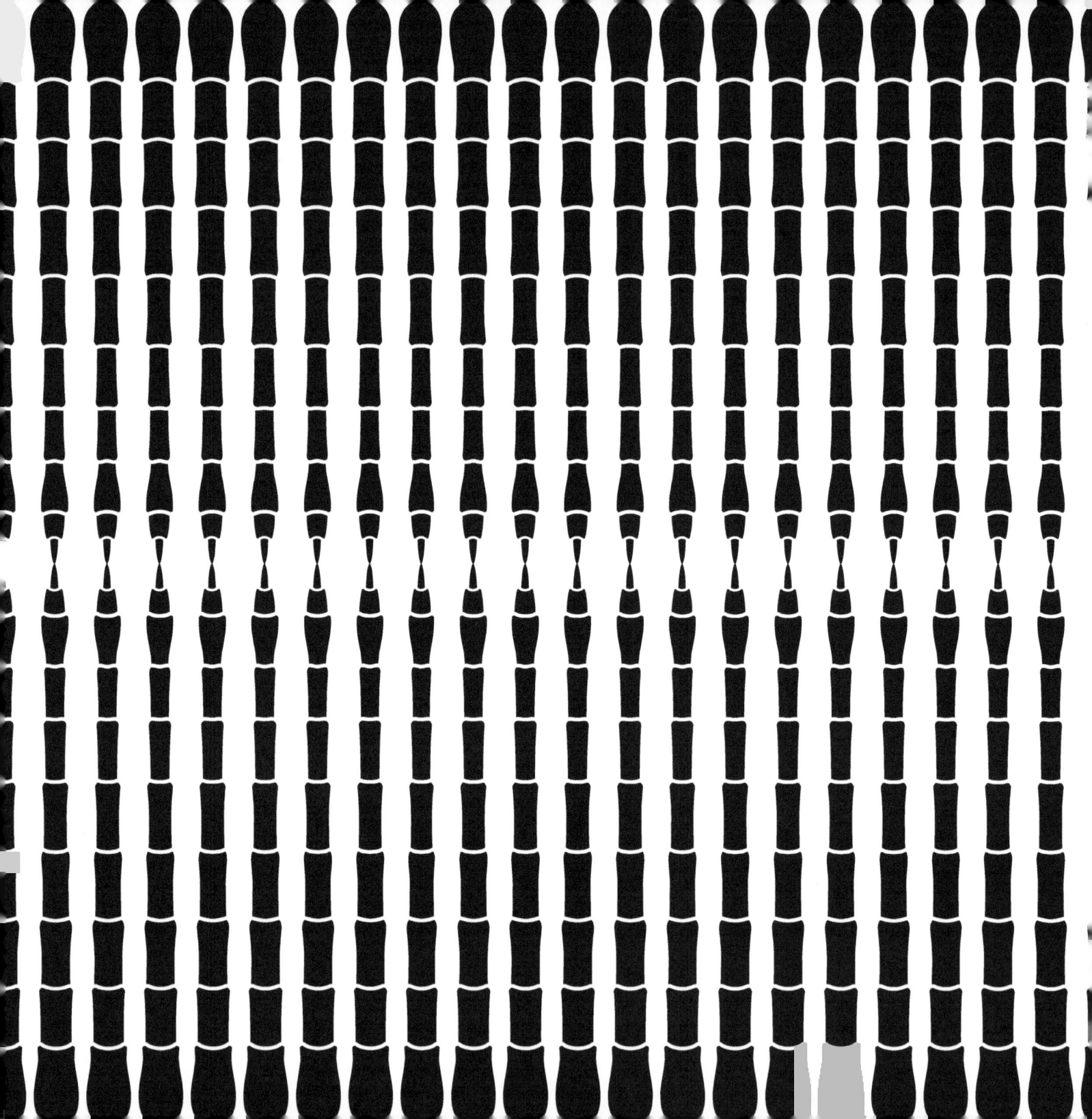

I see a dragonfly's long

TAIL.

Nakikita ko ang mahabang

BUNTOT

ng isang tutubi.

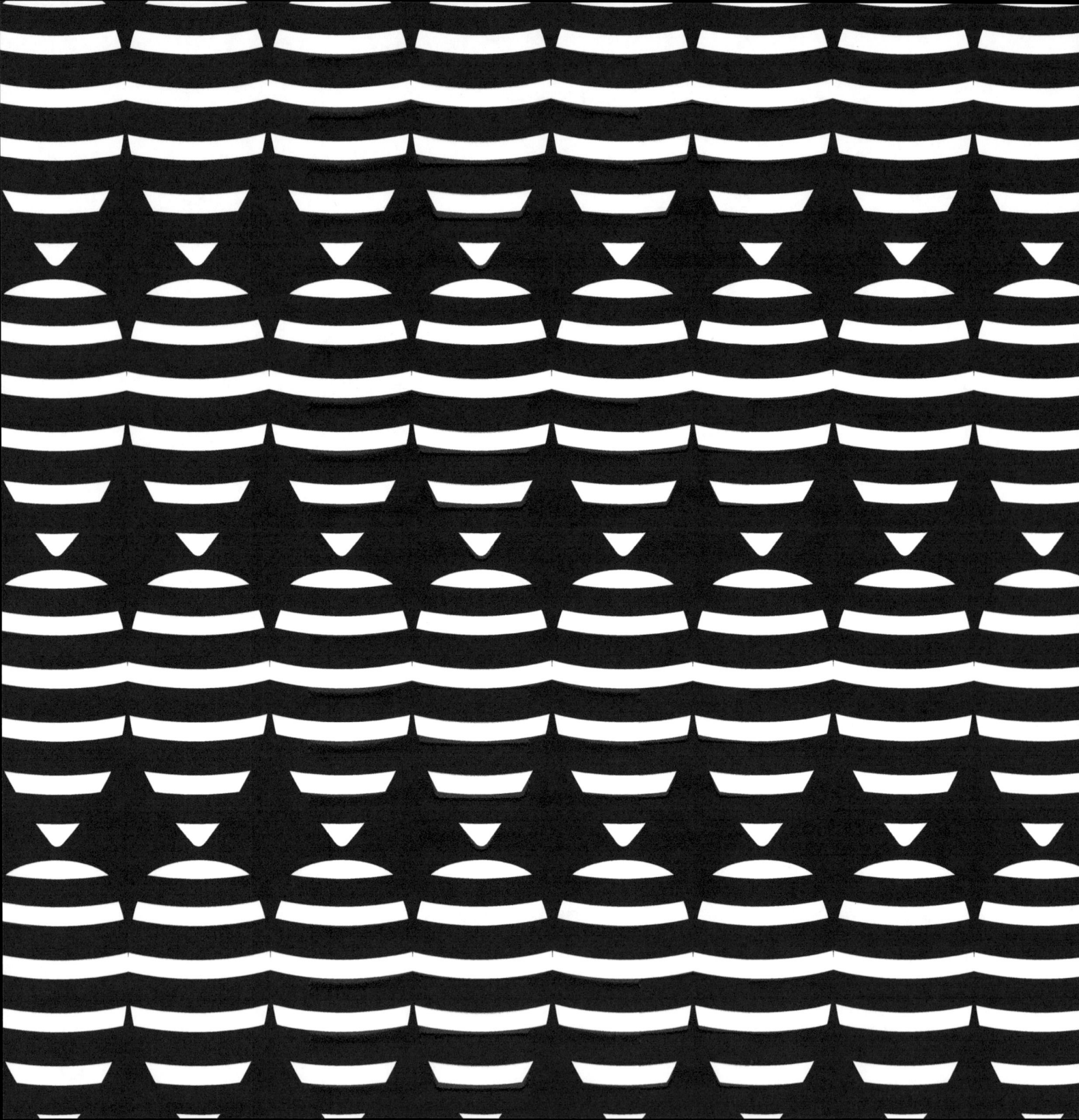

I see a bee's bright

STRIPES.

Nakikita ko ang maliliwanag na

MGA GUHIT

ng isang bubuyog.

I see a fly's large

EYES.

Nakikita ko ang malalaking

MGA MATA

ng isang langaw.

12

I see a grasshopper's tall

ANTENNAE.

Nakikita ko ang mataas na

ANTENA

ng isang tipaklong.

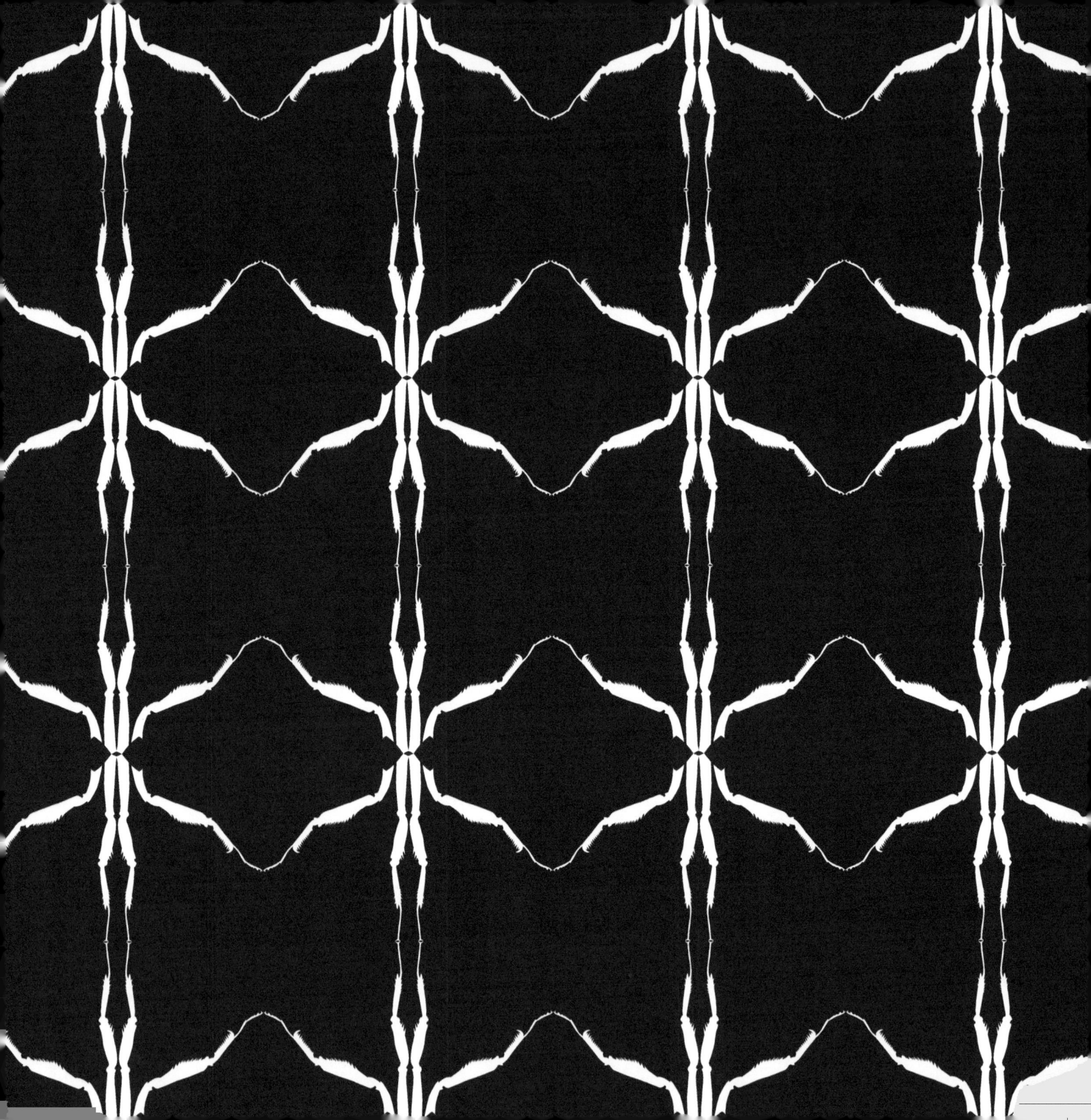

I see a praying mantis's strong

ARMS.

Nakikita ko ang malalakas na

MGA BRASO

ng isang nagdadasal na mantis.

I see a spider's thin

WEB.

Nakikita ko ang manipis na

SAPOT

ng isang gagamba.

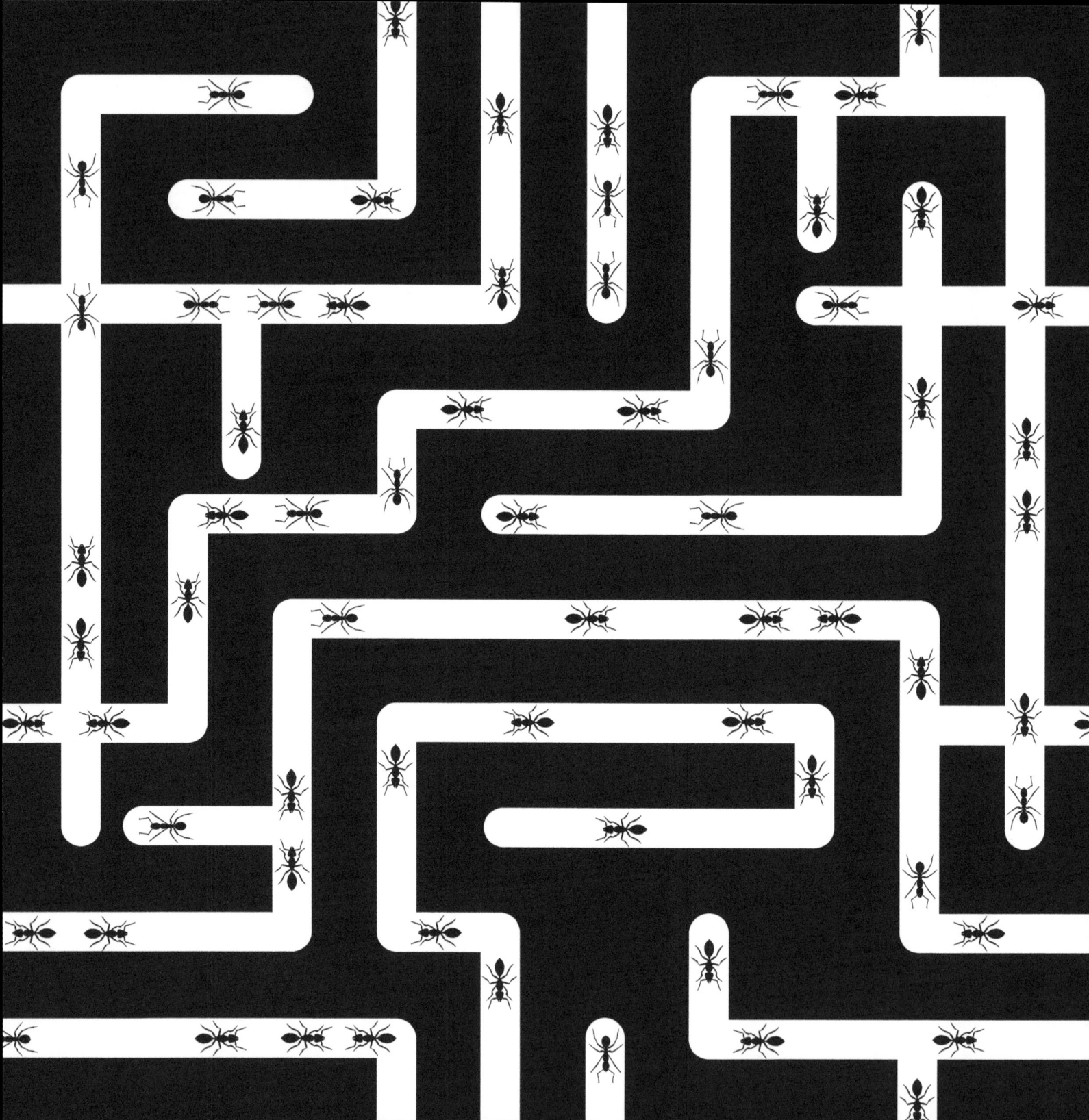

I see an ant's small **SIZE.**

Nakikita ko ang maliit na **SUKAT** ng isang langgam.

I see a beetle's sharp

PINCERS.

Nakikita ko ang matatalim na

MGA SIPIT

ng isang salagubang.

I see a snail's hard

SHELL.

Nakikita ko ang matigas na

TALUKAP

ng isang suso.

I see a centipede's many **LEGS.**

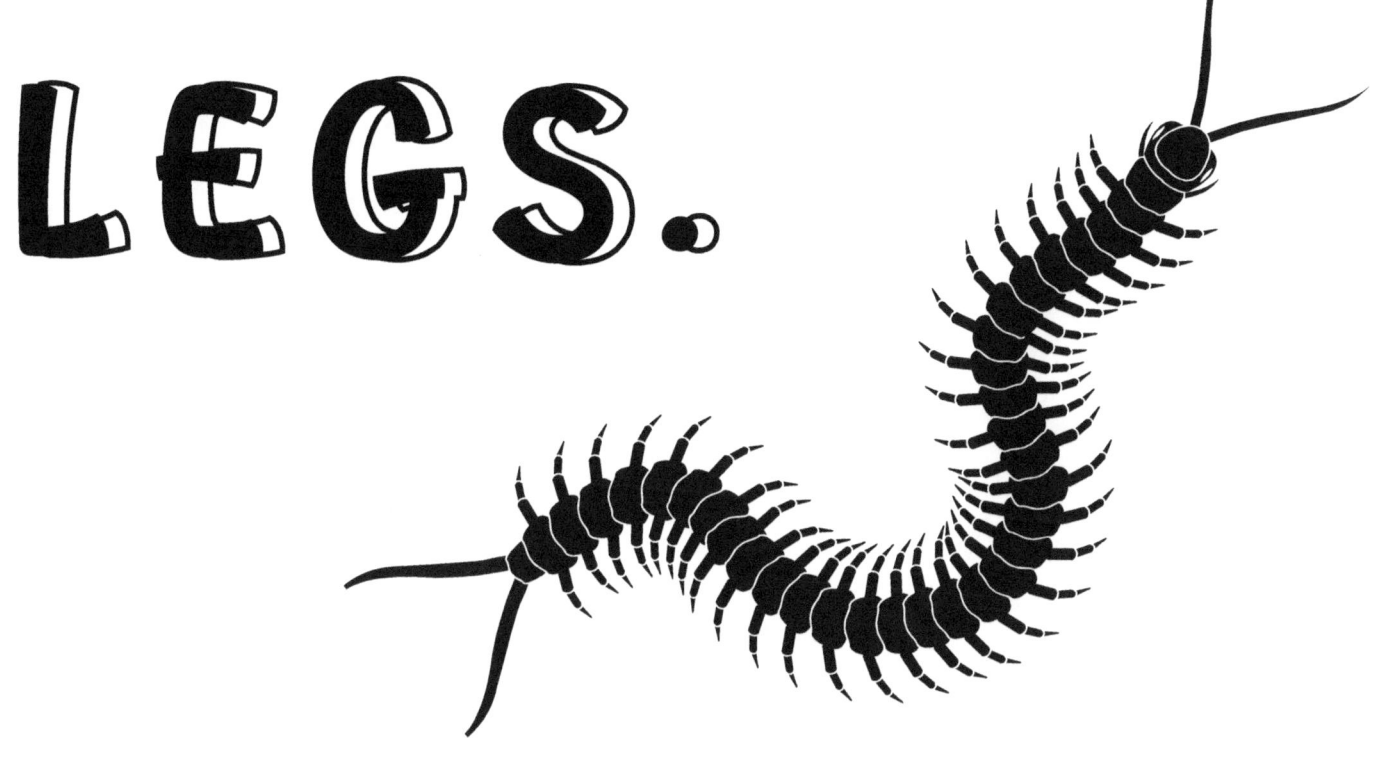

Nakikita ko ang maraming **MGA BINTI** ng isang alupihan.

I see a caterpillar's different

MARKINGS.

Nakikita ko ang iba't ibang

MGA MARKA

ng isang higad.

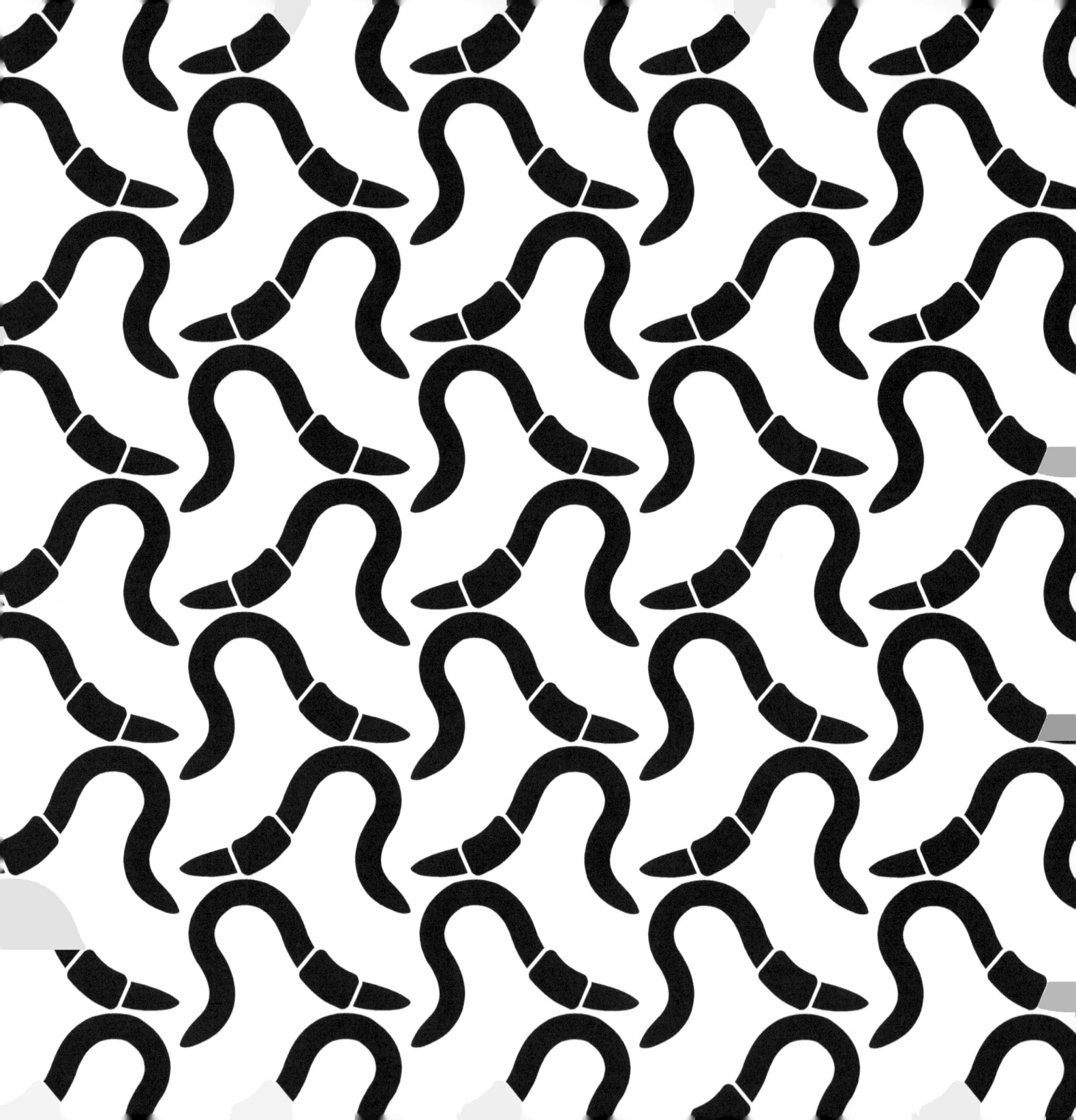

I see a worm's smooth

BODY.

Nakikita ko ang makinis na

KATAWAN

ng isang bulate.

I see a snake's scaly **SKIN.**

Nakikita ko ang makaliskis na **BALAT** ng isang ahas.

32

I see a frog's cute

FEET.

Nakikita ko ang kyut na

MGA PAA

ng isang palaka.

I see a mouse's tiny

WHISKERS.

Nakikita ko ang maliliit na

MGA BIGOTE

ng isang daga.

I see a squirrel's pointy

EARS.

Nakikita ko ang patusok na

MGA TAINGA

ng isang ardilya.

I see a rabbit's soft

FUR.

Nakikita ko ang malambot na

BALAHIBO

ng isang kuneho.

I see a mole's curved

CLAWS.

Nakikita ko ang pakurbang

MGA PANGALMOT

ng isang palaka.

I'll see you **NEXT TIME!**

Makikita kita **SA SUSUNOD!**

Explore other books at www.engagebooks.com

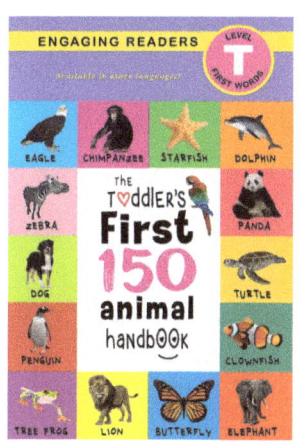
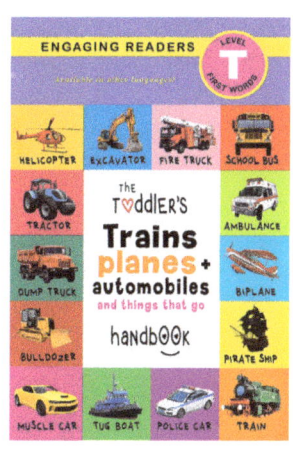
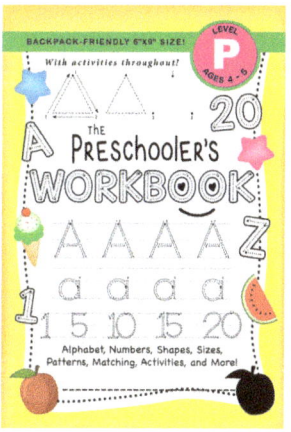
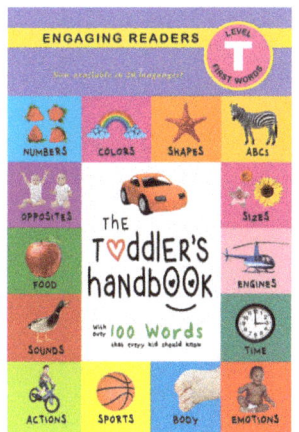

Have comments or suggestions?
Contact us at: alexis@engagebooks.ca

Show us how you enjoy your #engagingreaders. Tweet a picture to @engagebooks for a chance to win free prizes.